ผู้ตื่นตาตื่นใจ

Translated to Thai from the English version of Dazzlers

เอลานากา

Ukiyoto Publishing

สิทธิ์ในการเผยแพร่ทั่วโลกทั้งหมดเป็นของ

สำนักพิมพ์อุกิโยโตะ

เผยแพร่ในปี 2024

เนื้อหาลิขสิทธิ์© Elanaaga

ไอ 9789362694102

สงวนลิขสิทธิ์.
ห้ามทำซ้ำ ส่งต่อ หรือจัดเก็บส่วนใดส่วนหนึ่งของสิ่งพิมพ์นี้ในระบบการสืบค้น
ไม่ว่าในรูปแบบใด ๆ ไม่ว่าจะด้วยวิธีอิเล็กทรอนิกส์ ทางกล การถ่ายเอกสาร การบันทึก
หรืออื่น ๆ โดยไม่ได้รับอนุญาตจากผู้จัดพิมพ์ล่วงหน้า

สิทธิทางศีลธรรมของผู้เขียนได้รับการยืนยันแล้ว

นี่เป็นผลงานนิยาย ชื่อ ตัวละคร ธุรกิจ สถานที่ เหตุการณ์ สถานที่ และเหตุการณ์ต่างๆ
เป็นผลจากจินตนาการของผู้เขียนหรือใช้ในลักษณะที่สมมติขึ้นมา ความคล้ายคลึงใดๆ
กับบุคคลที่เกิดขึ้นจริง ทั้งคนเป็นหรือคนตาย หรือเหตุการณ์จริงเป็นเรื่องบังเอิญล้วนๆ

หนังสือเล่มนี้จำหน่ายภายใต้เงื่อนไขว่าจะไม่อนุญาตให้ยืม ขายต่อ จ้าง
หรือเผยแพร่โดยไม่ได้รับความยินยอมจากผู้จัดพิมพ์ล่วงหน้า ในรูปแบบใด ๆ
ของข้อผูกมัดหรือปกนอกเหนือจากที่จำหน่ายหนังสือเล่มนี้ ที่ตีพิมพ์.

www.ukiyoto.com

ถึงเพื่อนสนิทของฉัน ดร. ดี. นารายณ์ *(ดูไบ)*

สารบัญ

ศพมีชีวิต	1
การตระหนักรู้	2
การเปลี่ยนแปลง	3
ความสุขชั่วขณะ	4
การอุดตัน	5
สีหน้าละเอียดอ่อน	6
ปริมาณ-คุณภาพ	7
ความท้อแท้	8
ผลกระทบ	9
การสำแดง	10
นางสาวฟอร์จูน	11
ความไร้สาระ	12
ท่าทาง — ความสำเร็จ	13
การทดสอบที่ใหญ่กว่า	14
"ไลค์ - ออล' ซินโดรม	15
เวลาสอน	16
ความเจ็บปวด-ความสุข	17

สุขสันต์	18
ภายใน	19
คาดเดาไม่ได้	20
การเยียวยาที่ถูกต้อง	21
ความไม่เข้ากัน	22
การคัดเลือก	23
ความคลาดเคลื่อน	24
สะอื้นศักดิ์สิทธิ์	25
ความพยายาม — ผล	26
ความกลมกล่อม	27
สินค้าหลัก	28
ความไม่พอใจ	29
ความพยายาม — ผลลัพธ์	30
ฝาครอบป้องกัน	31
การรับรู้	32
ความแตกต่าง	33
การปกปิด	34
เบน — บุญ	35

ความแปรปรวน	36
ที่อยู่อาศัย – บทบาทของพวกเขา	37
ความแตกต่าง	38
โชคลาภแห่งสี่สิบวิงค์	39
ผู้ทำลายล้างที่ยิ่งใหญ่	40
ญาณที่แตกต่างกัน	41
โชคลาภแห่งความสามัคคี	42
พลังแห่งสถานที่	43
ประสบการณ์-ผลที่ตามมา	44
ประโยชน์ของการเป็นคนแก่	45
ความฉลาด – การดูหมิ่น	46
ผิวเผินเปล่งปลั่ง	47
ความโดดเด่น	48
สิ่งมหัศจรรย์	49
Facebook – ตะขอจริง	50
นักกีฬาเสแสร้งตรง	51
เกรด	52
โฆษณา – ออกมาเสีย	53

คำพูด-คุณค่า	54
กวีนิพนธ์ — กวี	55
บทกวีก่อนวัยอันควร	56
คนขี้เหนียว	57
วงกลม	58
การบุกรุก	59
ความเจ็บปวดจากความหนักใจ	60
กองหญ้า	61
ยุคแห่งพันธนาการ	62
ความเหนื่อยล้า	63
เสน่ห์ภายนอก	64
ความคลาดเคลื่อน	65
ความจริงใหม่	66
ข้อบกพร่อง	67
ปัญหา	68
ไม่แยแส - After Effect	**69**
รากแห่งเสน่ห์	70
ความเงางามภายนอก	71

เกี่ยวกับผู้เขียน 72

ศพมีชีวิต

ทั้งๆที่มีตา.
 ไม่เห็นสิ่งสวยงามเลย
 แม้ว่าฉันจะมีหู
 ฉันไม่สามารถฟังบันทึกอันเ.สนหวานได้
 ฉันมีหัวใจ
 แต่ไม่มีความรู้สึกใดเกิดในนั้น
 ศพไม่ดีกว่าฉันเหรอ?

การตระหนักรู้

กลายเป็นเศรษฐีแล้ว
 ฉันได้ลิ้มรสความฟุ่มเฟือยทั้งหมด
 แต่ต้องอยู่กับคนอนาถาหนึ่งวัน
 ผู้ทรงเป็นพารากอนแห่งคุณธรรม
 ฉันรู้ว่าฉันยากจนที่สุด

การเปลี่ยนแปลง

ฉันวิ่งด้วยดาบในมือ

เพื่อตัดศีรษะของคนหยิ่งยโส

แต่ประทับใจกับรอยยิ้มอันแสนหวานของเขา

ได้ถวายดอกไม้แก่พระองค์

ล้มลงกราบแทบพระบาท

และกลับมา

ความสุขชั่วขณะ

ฉันพองตัวด้วยความดีใจ

เมื่อฉันมาถึงพื้นผิวดิน

จากหุบเขาลึก

แต่ไม่นานก็รู้สึกเศร้าใจ

ฉันต้องปีนภูเขา

การอุดตัน

ละทิ้งเจตนารมณ์ไป
คำบางคำเร่งรีบอย่างฉุนเฉียว
ข้างหน้าในบทกวี;
ความรู้ดังกล่าวอยู่เสมอ
ควรปรากฏอยู่ในใจของกวี

สีหน้าละเอียดอ่อน

เขารู้สึกดีใจที่เขามี
    ผิวที่สวยที่สุด
    ในชั้นเรียนทั้งหมด
    แต่เมื่อเด็กที่งามกว่าคนหนึ่งเข้าร่วม
    ใบหน้าของเขา "มืดลง"

ปริมาณ-คุณภาพ

เป่าแตรกวีดังนี้:

"ฉันเขียนกองหนังสือ"

คุณภาพ ไม่ใช่ปริมาณที่มีความสำคัญ

เขาควรจะตระหนัก

ความท้อแท้

ต้องการความเจริญรุ่งเรืองเป็นก้อนกรวด

ความขาดความพอใจเป็นภูเขาใหญ่

โชคลาภของความคิดสร้างสรรค์คือดวงอาทิตย์

เนื้อหาของวัสดุความสะดวกสบาย

เป็นเพียงแสงเทียน

ผลกระทบ

เมื่อครั้งยังเป็นชาวสวน

ดอกมะลิเบ่งบานในลมหายใจของเขา

แต่เมื่อเขามาเป็นเสมียนในคลับแห่งหนึ่ง

มีเพียงกลิ่นเหม็นของเงินตราเท่านั้นที่ชนะ!

การสำแดง

นั่งอยู่ในห้องปิด
    ฉันเปิดหนังสือพิมพ์
    โลกภายนอก
    แผ่กระจายไปต่อหน้าฉัน

นางสาวฟอร์จูน

เขาเศร้าโศกเสียใจ
    เพราะเขาไม่มีบันได
    เมื่อถึงเวลาที่ดี เขาก็ได้รับสิ่งนั้นแล้ว
    แต่ใช้ไม่ได้
    เนื่องจากเขาเป็นคนขี่ม้า

ความไร้สาระ

เมื่อหัวทีบขยับ

ในรถเบนซ์คันใหม่

ทุกคนต่างหันไปหามัน

แต่ไม่มีหัวจะสนใจที่จะมอง

ภูเขาแห่งความรู้

ขี่สกู๊ตเตอร์ง่อนแง่น

นี่เป็นเพียงเหตุการณ์ทั่วไป

ท่าทาง – ความสำเร็จ

ศัตรูของข้าพเจ้าคำรามเหมือนเสือ

ผุดขึ้นมาเหมือนสิงโต

กล้าหาญฉันเป็น

แต่ต่อมาเมื่อเขา

รักษาความสงบอย่างจริงจัง

ฉันตัวสั่นด้วยความกลัว

การทดสอบที่ใหญ่กว่า

ฉันสอบเสร็จแล้ว

ตอนนี้กำลังเตรียมตัวสำหรับการทดสอบที่ยิ่งใหญ่กว่านี้

มันคืออะไร?

รอผลครับ

ของการสอบ!

'ไลค์ - ออล' ซินโดรม

ฉันรู้สึกอึดอัดใจ

เมื่อฉันเห็นการครอบ 'ไลค์' บน Facebook

ไม่มีอะไรที่ไม่ชอบ!

นี่ไม่ใช่ปริศนาที่ถอดรหัสไม่ได้ใช่ไหม

เวลาสอน

จนกระทั่งความรับผิดชอบทำให้ฉันกลัว
ฉันไม่ได้ตระหนักถึงคุณค่าของวัยเด็ก
จนหลงทางอยู่ในป่าลึก
ฉันไม่รู้จักความสุขของสวนหลังบ้านเลย

เฉพาะเมื่อเปลวไฟเผาไหม้
บางทีอาจรู้คุณค่าของหิมะ

ความเจ็บปวด-ความสุข

ฉันรังเกียจ;

ชนะหลังจากชัยชนะเกิดขึ้นกับฉัน

ฉันลำบากใจ

เพราะความพ่ายแพ้ได้หลบเลี่ยงฉันแล้ว

ความทุกข์ยากบางที

ก็ยังดีกว่าความยินดีอันเจ็บปวด

สุขสันต์

ทะเลทรายนั่นเอง

กล้าฝันถึงเมฆหนาทึบ

สมควรได้รับความยินดีด้วย

มาลัยเม็ดฝน

ภายใน

บุคลิกภาพเป็นตัวกำหนดคน

  เป็นผู้หนึ่งที่ชื่นชอบกริช
  ไม่ชอบความเห็นอกเห็นใจ
  อีกคนหนึ่งที่เลี้ยงกระต่าย
  เกลียดความโหดร้าย

คาดเดาไม่ได้

เมื่อดวงจันทร์ซ่อนตัวอยู่หลังเมฆ
เราสามารถรู้ได้
แต่บางครั้งก็คาดเดาไม่ได้
สิ่งที่อยู่เบื้องหลังคำพูดของใครบางคน

การเยียวยาที่ถูกต้อง

ปลายโลกทั้งโลกเป็น

ปรากฏเป็นสีดำสำหรับฉัน

ผู้คน สิ่งแวดล้อม - ทุกสิ่งทุกอย่าง

รอบตัวฉันมืดมน

ฉันคิดมาก

และเลือกวิธีรักษาที่ถูกต้อง:

ล้างคราบออก

สะสมอยู่ในตัวฉัน

ความไม่เข้ากัน

หัวใจของเขานุ่มนวลเหมือนเนย
แต่คมเหมือนมีด
มีดไม่สามารถทำให้นิ่มลงได้
และไม่สามารถเกิดเป็นเนยได้
อนิจจาผลลัพธ์ก็คือ -
เขาต่อสู้กับตัวเองทุกวัน

การคัดเลือก

บทเพลงคือแม่น้ำคงคา

ราคะเป็นแพ

หมายเหตุเป็นประโยชน์

และการเดินทางก็มีความสุข

ความคลาดเคลื่อน

เมื่อฉันใช้ชีวิตอย่างคนยากจน
ฉันแค่ต้องการอาหารเท่านั้น ไม่มีอะไรมากไปกว่านั้น
ตอนนี้ฉันมีอาหารเพียงพอแล้ว
และแท้จริงแล้ว หัวใจของฉันกำลังโหยหาจักรยาน!

สะอื้นศักดิ์สิทธิ์

เมื่อใดก็ตามที่ฉันอ่านบทกวีประเสริฐ ฉันก็ร้องไห้
ทุกครั้งที่ฉันฟังเพลงดีๆ ฉันจะร้องไห้
เมื่อใดก็ตามที่ฉันได้พบกับมนุษยชาติที่เป็นตัวเป็นตน
ฉันส่งเสียงครวญคราง

หลังจากร้องไห้มามากมาย
ใจของฉันบริสุทธิ์แค่ไหน!

ความพยายาม – ผล

ในกรณีที่มีปีนฝังอยู่
มีต้นไม้กระสุนงอกขึ้นมา
โปรยเมล็ดพันธุ์แห่งความรัก
ในสนามหัวใจของคุณเพื่อนของฉัน
ความเสน่หาก็เติบโตอย่างล้นเหลือ

ความกลมกล่อม

เขาพูดจาเพ้อเจ้อเหมือนวัวที่โกรธแค้น

ในถนนในเมือง

เมื่อถึงบ้าน

เด็กๆ ทักทายกันอย่างอบอุ่น

ทันใดนั้นหัวใจหินของเขา

ละลายเหมือนน้ำแข็ง!

สินค้าหลัก

คำพูดเป็นเพียงเปลือกนอก
 ในบทกวี
จริงอยู่ เราควรต่อสู้ดิ้นรนเพื่อพวกเขา
แต่ไม่มีอะไรสำคัญไปกว่า
ส่วนผสมหลัก

ไม่มีบทกวีใดสามารถงอกเงยได้
 ในหัวใจที่แห้งเหือด

ความไม่พอใจ

ทำให้ภาษากลายเป็นหัวข้อ

ฉันร้อยถ้อยคำ ทำมาลัยใ ทกวี

กลายเป็นเส้นที่มีกลิ่นหอม

แต่คำพูดไม่เข้าท่า.

กลายเป็นประโยคที่ส่งเสียงฟู่

และกระโดดขึ้นมากัดฉัน

ความพยายาม – ผลลัพธ์

บันทึกอันแสนหวานถูกหลั่งออกมา
ก็ต่อเมื่อไผ่ได้รับบาดเจ็บเท่านั้น
เมล็ดพืชนำน้ำมันออกมา
เมื่อถูกทารุณกรรมเท่านั้น

งานหนักที่เข้มงวด
จำเป็นเพื่อให้ได้ผลลัพธ์ที่ดี

ฝาครอบป้องกัน

ถ้าจะชมเชยเขา.

เขาแค่ยิ้ม

ถ้าคุณวิพากษ์วิจารณ์เขา

เขาแค่ยิ้ม

ถ้าคุณด่าเขา

เขาแค่ยิ้ม

ถ้าคุณเอาชนะเขา

เขาแค่ยิ้ม

รอยยิ้มคือเครื่องรัดตัวที่แข็งแรง

ที่ได้ปกป้องตัวตนภายในของเขา

จากช่อดอกไม้และก้อนอิฐ

การรับรู้

ราก๊ส อันแสนหวานไม่สามารถเล็ดลอดออกมาได้

ขลุ่ยที่ทำจากทองคำ

กลีบกุหลาบก็ใช้ไม่ได้

สำหรับทำแกงใดๆ

ค่าเงิน

การรับรู้ของมนุษย์มาร์

ความแตกต่าง

นี่คือโลกแห่งความแตกต่าง
ที่นี่ปลาใหญ่ที่กลืนตัวที่เล็กกว่า
เองก็ถูกกลืนกินโดยตัวที่ใหญ่กว่านั้นอีก
ในทำนองเดียวกันเพื่อนสูง
ถูกเอาชนะโดยตัวที่สูงกว่า
ทุกคนต้องใช้ความพยายาม
นิ้วไปข้างหน้าเป็นระยะ
และพยายามสัมผัสท้องฟ้า

การปกปิด

ท้องทะเลดูเงียบสงบ
มันอาจจะบดบังภูเขาไฟก็ได้
บางคนดูไม่สบายใจ
แต่กระสุนระเบิดอยู่ข้างใน

ไม่มีเกจ์อยู่เลย
ที่สามารถวัดได้
ความหายนะภายใน

เบน – บุญ

หากชีวิตต้องพึ่งพิง
เรื่องค่าจ้างมันเป็นโศกนาฏกรรม
เสริมสร้างความเสน่หา
ไม่ใช่ด้วยความมั่งคั่ง
คือความเจริญรุ่งเรืองที่แท้จริง

ความแปรปรวน

หัวใจก้าวไปบนทางเท้า
ในขณะที่สมองเดินทางบนก้อนเมฆ

หนึ่งเป็นสิ่งที่ดี
อีกอย่างก็ดี

ที่อยู่อาศัย – บทบาทของพวกเขา

อยู่ในบ้านของตัวเองนานๆ
คนหนึ่งรู้สึกเหมือนได้ไปฟาร์มเฮาส์
แต่ไม่สามารถไปต่อที่นั่นได้
อยากกลับบ้าน

สำหรับฉันบทกวีคือบ้านของตัวเอง
ในขณะที่การแปลคือบ้านไร่

แต่ช้าไป
พวกเขาได้แลกเปลี่ยนบทบาทของพวกเขา

ความแตกต่าง

นกที่บินอยู่บนท้องฟ้านั้นไม่ดีนัก
เพราะมันมีปีก
ว่าวลอยอยู่ในนภา
ก็ไม่เยี่ยมยอดเช่นกัน
เพราะมีเชือกผูกอยู่
แครกเกอร์ยิงเข้าไปในเวลคิน
ก็ไม่น่าทึ่งเช่นกัน
เพราะมีดินปืนอยู่ข้างใน
เครื่องบินที่บินสูงอยู่ข้างบน
ก็ไม่ใช่ปาฏิหาริย์เช่นกัน
เพราะมันทำได้ด้วยพลังของเชื้อเพลิง

แต่เป็นจินตนาการของนักกวี
การได้สัมผัสท้องฟ้าช่างยอดเยี่ยมจริงๆ
เพราะโดยไม่ได้รับความช่วยเหลือ
ในการบรรลุผลสำเร็จ

โชคลาภแห่งสี่สิบวิงค์

พยายามจะนอนบนที่นอนนุ่มๆ
ในห้องแอร์ฉันไม่ประสบความสำเร็จ

ความหึงหวงคือสิ่งที่ฉันเหลืออยู่
เมื่อฉันเห็นคนยากจน
นอนหลับเหมือนท่อนซุงบนดินแข็ง

ผู้ทำลายล้างที่ยิ่งใหญ่

ไม่มีอะไรจะทำลายล้างมากกว่าลิ้น

ประโยคเดียว
สามารถสร้างความเสียหายให้กับหัวใจของใครหลายคนได้
คำพูดเดียวก็เพียงพอแล้ว
ที่จะทำให้เกิดความวุ่นวาย

ญาณที่แตกต่างกัน

เมื่อผมเห็นอินเดียที่เข้าสู่อเมริกา
มีความยินดีเป็นอย่างยิ่ง
แต่เมื่อได้เห็นอเมริกา
ที่แทรกซึมเข้าไปในอินเดีย
ฉันรู้สึกเศร้าโศก

สิ่งหนึ่งคือสัญญาณของการยอมจำนนของเรา
ในขณะที่อีกคนหนึ่ง
ทำให้วัฒนธรรมของเราถูกทำลาย

โชคลาภแห่งความสามัคคี

การดูหมิ่นคำนาม

คำคุณศัพท์อวด:

"ความเจริญรุ่งเรืองของคุณอยู่ที่ฉันเท่านั้น"

คำนามไปใต้ดิน

ไม่กลับมาหลายปีแล้ว

คำคุณศัพท์นั่งบูดบึ้ง

และใคร่ครวญว่า:

"มีเพียงคำนามเท่านั้นที่ฉันมีเกียรติ

ด้วยคำนามเท่านั้น ฉันมีความซื่อสัตย์"

พลังแห่งสถานที่

ไซเฟอร์แปดตัวยืนเรียงกันเป็นแถว

ทางด้านซ้ายของหลักหนึ่ง

หลังเหนีบแนมศูนย์:

“ในตัวฉันเท่านั้นที่มีการดำรงอยู่ของคุณอยู่

หากไม่มีฉันคุณค่าของคุณก็ไม่มีนัยสำคัญ"

พวกไซเฟอร์พูดคุยกัน

และเคลื่อนตัวไปทางขวาจากซ้าย

ตอนนี้,

หลักหนึ่งไม่เหลืออะไรเลย

เว้นแต่จะต้องเผชิญหน้านาน

ประสบการณ์-ผลที่ตามมา

มีการส่งบทความไปยังนิตยสาร
เพื่อประเมินและเผยแพร่
นิตยสารไม่ได้พิมพ์มัน
ถูกเก็บงำไว้เนิ่นนาน
หากบทความยังคงอยู่ที่ผู้สร้าง
มันคงจะได้รับความสนใจทุกวัน
นิ่งงันไปนานโดยไม่สนใจ
มันกลับมาหลังจากผ่านไปหลายเดือน
ผู้สร้างมันคร่ำครวญ
เข้าร่วมมันทุกวัน
บทความเริ่มส่องแสงแวววาว
แต่ไม่ยอมไปนิตยสารเล่มใหม่

ประโยชน์ของการเป็นคนแก่

ฉันที่ไม่สามารถผ่านการทดสอบรหัสผ่าน

ฝันถึงรหัสผ่านสมัยก่อน

ในสมัยก่อนเหล่านั้น

ผ่านได้มากมาย ล้มเหลวมีน้อย

ความฉลาด – การดูหมิ่น

ปกหนังสือหนา

พูดจาดูหมิ่นอยู่เสมอ

เกี่ยวกับหน้าภายใน

แต่หน้าภายในอาจมี

เรื่องที่ลึกซึ้ง

ปกหนังสือก็แวววาว

เป็นแวววาวผิวเผินของดิ้น

ผิวเผินเปล่งปลั่ง

มงกุฎหัวเราะเยาะรองเท้า

แต่มงกุฎไม่ได้มีประโยชน์มากนักในความเป็นจริง

รองเท้ามีประโยชน์มากใช่ไหมล่ะ?

ความโดดเด่น

จริงอยู่
รถบัสคันนั้นเร็วกว่าคนเดินเท้า
รถไฟมากกว่ารถบัส ธรรมดากว่ารถไฟ
และยานอวกาศมากกว่าเครื่องบิน
แต่เป็นเพียงคนเดินเท้าเท่านั้น
ผู้ที่สามารถเคลื่อนไหวได้โดยไม่มี
ความต้องการเชื้อเพลิงทันที

สิ่งมหัศจรรย์

กวีนิพนธ์อันลึกซึ้งไม่อาจกำเนิดได้
ปราศจากฝนพรำในหัวใจ
อกที่พองไม่สามารถเปียกได้
ด้วยคำพูดที่ไม่ชื้น

Facebook – ตะขอจริง

เมื่อโดนบั๊กของเฟซบุ๊กกัด
สมองของคุณจะเริ่มป่วย
จะไม่มีการพักผ่อนแม้แต่วันเดียว
ความสงบสุขของสมองจะอยู่ที่อ่าวเสมอ

นักกีฬาเสแสร้งตรง

บางคนบอกอย่างโกรธๆ

ความโกรธเป็นสิ่งเลวร้ายจริงๆ!

เพื่อนที่น่าสงสาร พวกเขาตาบอด

เป็นเรื่องน่าเศร้าสำหรับข้อบกพร่องของพวกเขา

เกรด

บางคนไม่มีแต่ทำไม่ได้
เข้า (ลงทุนหลายพันรูปี) เข้า

                    ธุรกิจ.

บางคนอาจลงทุนหลายพันเหรียญ
แต่กลับคืนมาไม่ได้แม้แต่ร้อย

โฆษณา – ออกมาเสีย

ฉันถือว่าตัวเองเป็นกวีผู้ยิ่งใหญ่
ทำให้คนอื่นพูดเหมือนกัน
สี่สิบปีให้หลัง
ชื่อของฉันก็หายไปจนลืมเลือน
ของคนอื่นที่เขียน
ดีขึ้นแต่ยังคงสงบ
ส่องแสงสดใส

คำพูด-คุณค่า

ฉันกรองชามคำ
หยิบหยิบมือหนึ่งจากพวกเขา
เพื่อเขียนบทกวี
บทกวีก็ออกมาดี
ฉันไม่ได้โยนทิ้ง
คำที่เหลือ
เข้ากันได้ดีกับบทกวี
ที่ฉันเขียนในวันรุ่งขึ้น!

ไม่มีคำพูดใดที่จะละทิ้งได้
ตลอดไปบางที!

กวีนิพนธ์ – กวี

บทกวีเป็นสิ่งประดับประดา
ของภาพสะท้อนที่มีเสน่ห์
กวีคนหนึ่งก่อสงคราม
ต่อต้านความคิดอันไม่พึงประสงค์
เขาจึง
เป็นตัวอย่างที่ชัดเจนของความงาม
ในทุกโอกาส

บทกวีก่อนวัยอันควร

ความคิดเชิงกวีควรเติบโตต่อไป
เหมือนทารกในครรภ์ในครรภ์ปากกา
เมื่อโตเต็มที่เท่านั้น
มันควรจะเกิด
ทารกที่เกิดก่อนครบกำหนด
คลอดก่อนกำหนดและมักอ่อนแอ

คนขี้เหนียว

ฉันชอบกวีขี้เหนียวคนนั้นมากที่สุด

ฉันก็อิจฉานิดหน่อยเหมือนกัน

เขาได้รับผลประโยชน์มากขึ้นโดยการใช้จ่ายน้อยลง

ในขณะที่ฉันใช้จ่ายมากขึ้นและได้รับน้อยลง

ทำไมเราจึงควรใช้จ่ายมากขึ้น?

คำพูดที่ฉันหมายถึง

วงกลม

เห็นปักษ์
แห่งแสงสว่างและความมืด
เราควรกด
ตรวจสอบชีวิตสู่ใจ
หิมะบนเทือกเขาหิมาลัย
สะสมในฤดูหนาว
และละลายในฤดูร้อน

การบุกรุก

รุกล้ำไปบนกำแพง,
นักการเมืองหัวแข็ง
ไล่แมวออก
เจ้าแมวรู้สึกเขินอาย

ความเจ็บปวดจากความหนักใจ

เป็นการยากที่จะอธิบายความเจ็บปวด
　　ของเมฆฝนที่ไม่ตก
　　ผู้ที่ฝนตกก็โชคดี
　　ลดความหนักเบาของผู้อื่น
　　ไม่ง่ายอย่างที่เราคิด

กองหญ้า

เหนื่อยจังเลย

ด้วยการค้นหาเข็ม

ในกองหญ้านี้

ภาพที่น่าสะพรึงกลัว,

ต้นขั้วสั้นของสายคล้ายสายเดี่ยว

มะพร้าวแห้งไม่มีน้ำอยู่ข้างใน –

ล้วนสะสมอยู่ในกองหญ้านี้

ทำให้การค้นหาทำได้ยาก

แต่ฉันก็ยังไม่รู้สึกอยากหยุด

ความหวังอันเลือนลางที่เข็มนั้น

อาจพบยังคงอยู่รอบ ๆ !

***

ยุคแห่งพันธนาการ

มือที่มองไม่เห็นที่ผูกมัด
สัญชาตญาณภายในด้วยสายโยง
ทำให้จิตใจไม่สงบอย่างมาก

กุญแจมือของการเลือกเรื่องสำหรับกวี
โซ่ตรวนแห่งศรัทธาสำหรับนักคิดที่กล้าหาญ
พวกคลั่งไคล้สำหรับผู้ชายที่มีวุฒิภาวะ...

ฉันต้องหักพันธนาการของฉัน

เมื่อไหร่ช่วงเวลาดีๆ จะมาถึง?
เมื่อไหร่คนจะเป็นอิสระจากพันธนาการ?

***

ความเหนื่อยล้า

ฉันเดินทางท่ามกลางแสงแดดอันร้อนแรง
ช่วงบ่ายนอกเมือง...

มีต้นตาลสูงอยู่ตรงนั้น
แต่พวกเขาสามารถให้ร่มเงาได้มากแค่ไหน?
ในขณะที่ฉันกำลังหายใจไม่ออก เหงื่อก็ไหลออกมา
ต้นมะม่วงต้นเล็กๆ เชิญชวนข้าพเจ้าด้วยความรักใคร่

ผ้าพันคอบางผืนก็อยู่บนโลกนี้เสมอ

พักผ่อนใต้ร่มเงาอันเย็นสบาย
ฉันมองดูต้นตาล

***

เสน่ห์ภายนอก

มีกำแพงหินล้อมรอบ
บ่อน้ำกำลังดึงดูดผู้มาชม

พื้นปูนเรียบ ต้นไม้สวยงาม
ประดับประดาบริเวณโดยรอบ
รอกอันสง่างามของมันทำให้เกิดความปีติยินดี

ผู้คนกำลังมาเป็นฝูง
เพื่อชมบ่อน้ำอันโด่งดัง

แต่บ่อน้ำก็เหือดแห้งไปนานแล้ว!

***

ความคลาดเคลื่อน

ต่างคนต่างมี

ปทัฏฐานที่แตกต่างกัน

แม้แต่เกณฑ์มาตรฐานของคนคนหนึ่ง

อาจแตกต่างกันไปตามกาลเวลา

ทำลายความลึกลับ

การวัดระดับถือเป็นความท้าทายที่ยิ่งใหญ่

ความจริงใหม่

จับหนู

การขุดเนินเขาไม่ใช่ความโง่เขลา

เมื่อหนูจับได้

เป็นพิเศษแม้ว่าจะเล็กก็ตาม

ข้อบกพร่อง

ฉันใช้คำที่รู้จักบางส่วน
ในบทกวีของฉัน
ฉันไม่รู้จักธรรมชาติของพวกเขาอย่างถ่องแท้
ดังนั้น,
บทกวีขาดความรู้สึก

ปัญหา

การเลือกปฏิบัติเป็นงู

ดุลยพินิจของกบ

กบโกรธ

ถ้างูถูกขอให้กัด

งูโกรธมาก

หากถูกขอให้ยอมแพ้!

***

ไม่แยแส - After Effect

ความเฉยเมยของธริตราษฎระ

ต่อหน้าเทราปาจีที่คร่ำครวญ

เป็นเมล็ดพันธุ์ไฟป่า

ซึ่งจะเผาผลาญเการพ

รากแห่งเสน่ห์

ความพิสดารไม่หายไป
ถ้ากระจกถูกเนรเทศ
ความน่ารักไม่งอกออกมา
ในดินไม่มีเมล็ดพันธุ์แห่งความงาม
แม้ว่าจะรดน้ำแล้วก็ตาม

ความเงางามภายนอก

นั่งบนหัว,

มงกุฎมองดูกำไลข้อเท้า

และหัวเราะคิกคัก

ด้วยความเสียใจ คนหลังจึงเดินอธาไป

เปล่งเสียงดนตรีอันไพเราะ

มงกุฎเต้นรำอย่างปีศาจ

หวงแหนการดูถูกของกำไลข้อเท้า

แต่ไม่มีดนตรีหรือความงาม

มีอยู่ในท่าทางของมัน

***

เกี่ยวกับผู้เขียน

เอลานากา

เอลานากา เป็นนามปากกา ชื่อจริงของผู้เขียนคือ ดร. สุเรนทรา นคราจู
เขาเป็นกุมารแพทย์ แต่ตอนนี้สนใจงานเขียนเชิงสร้างสรรค์ การแปล
และการวิจารณ์ ฯลฯ อย่างเต็มความสามารถ
จนถึงตอนนี้เขาเขียนหนังสือไปแล้ว 38 เล่ม
สิบห้ารายการเป็นงานเขียนต้นฉบับ (ส่วนใหญ่เป็นภาษาเตลูกู) ในขณะที่ 18
รายการเป็นงานแปล ในจำนวนนี้ 10
รายการมาจากภาษาอังกฤษเป็นภาษาเตลูกู และ 10 รายการในทางกลับกัน
นอกจากบทกวีและการแปลแล้ว
เขายังเขียนหนังสือเกี่ยวกับความเหมาะสมของภาษา ดนตรีคลาสสิก ฯลฯ
เขานำเสนอเรื่องราวในละตินอเมริกา เรื่องราวของแอฟริกัน
เรื่องราวของซอมเมอร์เซ็ท มอห์ม และเรื่องราวเกี่ยวกับโลก และอื่นๆ

www.ingramcontent.com/pod-product-compliance
Lightning Source LLC
LaVergne TN
LVHW041542070526
838199LV00046B/1788
9789362694102